TRANZLATY

Sprache ist für alle da

Ngôn ngữ dành cho tất cả mọi người

Die Schöne und das Biest

Người đẹp và quái vật

Gabrielle-Suzanne Barbot de Villeneuve

Deutsch / Tiếng Việt

Copyright © 2025 Tranzlaty
All rights reserved
Published by Tranzlaty
ISBN: 978-1-80572-035-5
Original text by Gabrielle-Suzanne Barbot de Villeneuve
La Belle et la Bête
First published in French in 1740
Taken from The Blue Fairy Book (Andrew Lang)
Illustration by Walter Crane
www.tranzlaty.com

Es war einmal ein reicher Kaufmann
Ngày xưa có một thương gia giàu có
dieser reiche Kaufmann hatte sechs Kinder
Người thương gia giàu có này có sáu người con
Er hatte drei Söhne und drei Töchter
ông có ba người con trai và ba người con gái
Er hat keine Kosten für ihre Ausbildung gescheut
ông không tiếc chi phí cho việc giáo dục của họ
weil er ein vernünftiger Mann war
bởi vì anh ấy là một người đàn ông có ý thức
aber er gab seinen Kindern viele Diener
nhưng ông đã cho con cái mình nhiều người hầu
seine Töchter waren überaus hübsch
các con gái của ông ấy cực kỳ xinh đẹp
und seine jüngste Tochter war besonders hübsch
và cô con gái út của ông đặc biệt xinh đẹp
Schon als Kind wurde ihre Schönheit bewundert
khi còn nhỏ vẻ đẹp của cô đã được ngưỡng mộ
und die Leute nannten sie nach ihrer Schönheit
và mọi người gọi cô ấy bằng vẻ đẹp của cô ấy
Ihre Schönheit verblasste nicht, als sie älter wurde
vẻ đẹp của cô ấy không hề phai nhạt khi cô ấy già đi
Deshalb nannten die Leute sie weiterhin wegen ihrer Schönheit
vì vậy mọi người vẫn gọi cô ấy bằng vẻ đẹp của cô ấy
das machte ihre Schwestern sehr eifersüchtig
điều này làm cho chị em cô ấy rất ghen tị
Die beiden ältesten Töchter waren sehr stolz
hai cô con gái lớn có lòng tự hào rất lớn
Ihr Reichtum war die Quelle ihres Stolzes
sự giàu có của họ là nguồn gốc của lòng tự hào của họ
und sie verbargen ihren Stolz nicht
và họ cũng không che giấu lòng tự hào của mình
Sie besuchten nicht die Töchter anderer Kaufleute
họ không đến thăm con gái của những thương gia khác
weil sie nur mit Aristokraten zusammentreffen

bởi vì họ chỉ gặp gỡ với tầng lớp quý tộc
Sie gingen jeden Tag zu Partys
họ đi dự tiệc mỗi ngày
Bälle, Theaterstücke, Konzerte usw.
bóng, vở kịch, buổi hòa nhạc, v.v.
und sie lachten über ihre jüngste Schwester
và họ cười nhạo cô em gái út của họ
weil sie die meiste Zeit mit Lesen verbrachte
bởi vì cô ấy dành phần lớn thời gian để đọc
Es war allgemein bekannt, dass sie reich waren
người ta đều biết rằng họ giàu có
so hielten mehrere bedeutende Kaufleute um ihre Hand an
vì vậy một số thương gia nổi tiếng đã yêu cầu giúp đỡ họ
aber sie sagten, sie würden nicht heiraten
nhưng họ nói rằng họ sẽ không kết hôn
aber sie waren bereit, einige Ausnahmen zu machen
nhưng họ đã chuẩn bị để đưa ra một số ngoại lệ
„Vielleicht könnte ich einen Herzog heiraten"
"có lẽ tôi có thể kết hôn với một Công tước"
„Ich schätze, ich könnte einen Grafen heiraten"
"Tôi đoán tôi có thể kết hôn với một Bá tước"
Schönheit dankte sehr höflich denen, die ihr einen Antrag gemacht hatten
người đẹp rất lịch sự cảm ơn những người đã cầu hôn cô ấy
Sie sagte ihnen, sie sei noch zu jung zum Heiraten
cô ấy nói với họ rằng cô ấy vẫn còn quá trẻ để kết hôn
Sie wollte noch ein paar Jahre bei ihrem Vater bleiben
cô ấy muốn ở lại thêm vài năm với cha cô ấy
Auf einmal verlor der Kaufmann sein Vermögen
Đột nhiên người thương gia mất hết tài sản
er verlor alles außer einem kleinen Landhaus
anh ấy đã mất tất cả mọi thứ ngoại trừ một ngôi nhà nhỏ ở nông thôn
und er sagte seinen Kindern mit Tränen in den Augen:
và ông nói với các con mình trong nước mắt:
„Wir müssen aufs Land gehen"

"chúng ta phải đi về vùng nông thôn"
„und wir müssen für unseren Lebensunterhalt arbeiten"
"và chúng ta phải làm việc để kiếm sống"
die beiden ältesten Töchter wollten die Stadt nicht verlassen
hai cô con gái lớn không muốn rời khỏi thị trấn
Sie hatten mehrere Liebhaber in der Stadt
họ có nhiều người tình trong thành phố
und sie waren sicher, dass einer ihrer Liebhaber sie heiraten würde
và họ chắc chắn rằng một trong những người tình của họ sẽ cưới họ
Sie dachten, ihre Liebhaber würden sie heiraten, auch wenn sie kein Vermögen hätten
họ nghĩ rằng người yêu của họ sẽ cưới họ ngay cả khi không có tài sản
aber die guten Damen haben sich geirrt
nhưng những người phụ nữ tốt đã nhầm lẫn
Ihre Liebhaber verließen sie sehr schnell
người tình của họ đã bỏ rơi họ rất nhanh chóng
weil sie kein Vermögen mehr hatten
bởi vì họ không còn tài sản nữa
das zeigte, dass sie nicht wirklich beliebt waren
điều này cho thấy họ thực sự không được yêu thích
alle sagten, sie verdienen kein Mitleid
mọi người đều nói rằng họ không xứng đáng được thương hại
„**Wir sind froh, dass ihr Stolz gedemütigt wurde"**
"Chúng tôi rất vui khi thấy lòng kiêu hãnh của họ được hạ thấp"
„**Lasst sie stolz darauf sein, Kühe zu melken"**
"hãy để họ tự hào vì được vắt sữa bò"
aber sie waren um Schönheit besorgt
nhưng họ quan tâm đến vẻ đẹp
sie war so ein süßes Geschöpf
cô ấy là một sinh vật thật ngọt ngào
Sie sprach so freundlich zu armen Leuten
cô ấy nói chuyện rất tử tế với những người nghèo

und sie war von solch unschuldiger Natur
và cô ấy có bản chất ngây thơ như vậy
Mehrere Herren hätten sie geheiratet
Một số quý ông đã muốn cưới cô ấy
Sie hätten sie geheiratet, obwohl sie arm war
họ sẽ cưới cô ấy mặc dù cô ấy nghèo
aber sie sagte ihnen, sie könne sie nicht heiraten
nhưng cô ấy nói với họ rằng cô ấy không thể kết hôn với họ
weil sie ihren Vater nicht verlassen wollte
bởi vì cô ấy không muốn rời xa cha mình
sie war entschlossen, mit ihm aufs Land zu fahren
cô ấy quyết định đi cùng anh ấy đến vùng nông thôn
damit sie ihn trösten und ihm helfen konnte
để cô ấy có thể an ủi và giúp đỡ anh ấy
Die arme Schönheit war zunächst sehr betrübt
Người đẹp tội nghiệp lúc đầu rất buồn rầu
sie war betrübt über den Verlust ihres Vermögens
cô ấy đau buồn vì mất đi tài sản của mình
„Aber Weinen wird mein Schicksal nicht ändern"
"nhưng khóc lóc sẽ không thay đổi được vận mệnh của tôi"
„Ich muss versuchen, ohne Reichtum glücklich zu sein"
"Tôi phải cố gắng làm cho mình hạnh phúc mà không cần giàu có"
Sie kamen zu ihrem Landhaus
họ đã đến ngôi nhà ở quê của họ
und der Kaufmann und seine drei Söhne widmeten sich der Landwirtschaft
và người thương gia cùng ba người con trai của ông đã tận tụy với nghề nông
Schönheit stand um vier Uhr morgens auf
vẻ đẹp đã nở vào lúc bốn giờ sáng
und sie beeilte sich, das Haus zu putzen
và cô ấy vội vã dọn dẹp nhà cửa
und sie sorgte dafür, dass das Abendessen fertig war
và cô ấy đảm bảo bữa tối đã sẵn sàng
ihr neues Leben fiel ihr zunächst sehr schwer

lúc đầu cô ấy thấy cuộc sống mới của mình rất khó khăn
weil sie diese Arbeit nicht gewohnt war
vì cô ấy chưa quen với công việc như vậy
aber in weniger als zwei Monaten wurde sie stärker
nhưng trong vòng chưa đầy hai tháng cô ấy đã trở nên mạnh mẽ hơn
und sie war gesünder als je zuvor
và cô ấy khỏe mạnh hơn bao giờ hết
nachdem sie ihre arbeit erledigt hatte, las sie
sau khi cô ấy đã làm xong công việc của mình, cô ấy đã đọc
sie spielte Cembalo
cô ấy chơi đàn harpsichord
oder sie sang, während sie Seide spann
hoặc cô ấy hát trong khi cô ấy kéo tơ
im Gegenteil, ihre beiden Schwestern wussten nicht, wie sie ihre Zeit verbringen sollten
ngược lại, hai chị gái của cô ấy không biết cách sử dụng thời gian của họ
Sie standen um zehn auf und taten den ganzen Tag nichts anderes als herumzufaulenzen
họ thức dậy lúc mười giờ và chẳng làm gì ngoài việc lười biếng cả ngày
Sie beklagten den Verlust ihrer schönen Kleider
họ than thở về việc mất đi những bộ quần áo đẹp của họ
und sie beklagten sich über den Verlust ihrer Bekannten
và họ phàn nàn về việc mất đi những người quen của họ
„Schau dir unsere jüngste Schwester an", sagten sie zueinander
"Hãy nhìn em gái út của chúng ta này," họ nói với nhau
„Was für ein armes und dummes Geschöpf sie ist"
"cô ấy thật là một sinh vật tội nghiệp và ngu ngốc"
„Es ist gemein, mit so wenig zufrieden zu sein"
"thật là tệ khi bằng lòng với quá ít"
der freundliche Kaufmann war ganz anderer Meinung
người thương gia tốt bụng có quan điểm hoàn toàn khác
er wusste sehr wohl, dass Schönheit ihre Schwestern

übertraf
anh ấy biết rất rõ rằng vẻ đẹp của cô ấy lấn át chị em cô ấy
Sie übertraf sie sowohl charakterlich als auch geistig
cô ấy vượt trội hơn họ về cả tính cách lẫn trí tuệ
er bewunderte ihre Bescheidenheit und ihre harte Arbeit
anh ấy ngưỡng mộ sự khiêm tốn và sự chăm chỉ của cô ấy
aber am meisten bewunderte er ihre Geduld
nhưng trên hết anh ấy ngưỡng mộ sự kiên nhẫn của cô ấy
Ihre Schwestern überließen ihr die ganze Arbeit
chị em của cô ấy để lại cho cô ấy tất cả công việc để làm
und sie beleidigten sie ständig
và họ đã xúc phạm cô ấy mọi lúc
Die Familie hatte etwa ein Jahr lang so gelebt
Gia đình đã sống như thế này trong khoảng một năm
dann bekam der Kaufmann einen Brief von einem Buchhalter
sau đó người buôn bán nhận được một lá thư từ một kế toán
er hatte in ein Schiff investiert
anh ấy đã đầu tư vào một con tàu
und das Schiff war sicher angekommen
và con tàu đã đến nơi an toàn
diese Nachricht ließ die beiden ältesten Töchter staunen
này làm cho hai cô con gái lớn phải ngoái đầu lại
Sie hatten sofort die Hoffnung, in die Stadt zurückzukehren
họ ngay lập tức có hy vọng trở về thị trấn
weil sie des Landlebens überdrüssig waren
bởi vì họ khá mệt mỏi với cuộc sống ở nông thôn
Sie gingen zu ihrem Vater, als er ging
họ đã đến gặp cha của họ khi ông ấy đang rời đi
Sie baten ihn, ihnen neue Kleider zu kaufen
họ cầu xin anh ấy mua cho họ quần áo mới
Kleider, Bänder und allerlei Kleinigkeiten
váy, ruy băng và đủ thứ đồ nhỏ
aber die Schönheit verlangte nichts
nhưng vẻ đẹp không đòi hỏi gì cả
weil sie dachte, das Geld würde nicht reichen

vì cô ấy nghĩ số tiền đó sẽ không đủ
es würde nicht reichen, um alles zu kaufen, was ihre Schwestern wollten
sẽ không đủ để mua mọi thứ mà chị em cô ấy muốn
„Was möchtest du, Schönheit?", fragte ihr Vater
"Con muốn gì, người đẹp?" cha cô hỏi.
"Danke, Vater, dass du so nett bist, an mich zu denken", sagte sie
"Cảm ơn cha đã tốt bụng nghĩ đến con", cô nói
„Vater, sei so freundlich und bring mir eine Rose mit"
"Cha ơi, xin hãy tử tế mang cho con một bông hồng"
„weil hier im Garten keine Rosen wachsen"
"vì không có hoa hồng nào mọc ở đây trong vườn"
„und Rosen sind eine Art Rarität"
"và hoa hồng là một loại hiếm có"
Schönheit mochte Rosen nicht wirklich
Người đẹp thực sự không quan tâm đến hoa hồng
sie bat nur um etwas, um ihre Schwestern nicht zu verurteilen
cô ấy chỉ yêu cầu một điều là không lên án chị em mình
aber ihre Schwestern dachten, sie hätte aus anderen Gründen nach Rosen gefragt
nhưng chị em cô ấy nghĩ rằng cô ấy xin hoa hồng vì lý do khác
„Sie hat es nur getan, um besonders auszusehen"
"cô ấy làm vậy chỉ để trông đặc biệt thôi"
Der freundliche Mann machte sich auf die Reise
Người đàn ông tốt bụng đã tiếp tục cuộc hành trình của mình
aber als er ankam, stritten sie über die Ware
nhưng khi anh ấy đến họ đã tranh cãi về hàng hóa
und nach viel Ärger kam er genauso arm zurück wie zuvor
và sau nhiều rắc rối anh ta trở lại nghèo như trước
er war nur ein paar Stunden von seinem eigenen Haus entfernt
anh ấy chỉ cách nhà mình vài giờ
und er stellte sich schon die Freude vor, seine Kinder zu sehen

và anh ấy đã tưởng tượng ra niềm vui khi nhìn thấy con mình
aber als er durch den Wald ging, verirrte er sich
nhưng khi đi qua khu rừng anh ấy bị lạc
es hat furchtbar geregnet und geschneit
trời mưa và tuyết rơi rất khủng khiếp
der Wind war so stark, dass er ihn vom Pferd warf
gió mạnh đến nỗi hất anh ta ngã khỏi ngựa
und die Nacht kam schnell
và đêm đang đến nhanh chóng
er begann zu glauben, er müsse verhungern
anh ấy bắt đầu nghĩ rằng anh ấy có thể chết đói
und er dachte, er könnte erfrieren
và anh ấy nghĩ rằng anh ấy có thể chết cóng
und er dachte, Wölfe könnten ihn fressen
và anh ấy nghĩ rằng sói có thể ăn thịt anh ấy
die Wölfe, die er um sich herum heulen hörte
những con sói mà anh nghe thấy hú khắp xung quanh anh
aber plötzlich sah er ein Licht
nhưng đột nhiên anh ấy nhìn thấy một ánh sáng
er sah das Licht in der Ferne durch die Bäume
anh ấy nhìn thấy ánh sáng ở xa qua những cái cây
als er näher kam, sah er, dass das Licht ein Palast war
khi anh ta đến gần hơn anh ta thấy ánh sáng là một cung điện
der Palast war von oben bis unten beleuchtet
cung điện được chiếu sáng từ trên xuống dưới
Der Kaufmann dankte Gott für sein Glück
Người buôn bán cảm ơn Chúa vì sự may mắn của mình
und er eilte zum Palast
và anh ta vội vã đến cung điện
aber er war überrascht, keine Leute im Palast zu sehen
nhưng anh ta ngạc nhiên khi thấy không có ai trong cung điện
der Hof war völlig leer
sân hoàn toàn trống rỗng
und nirgendwo ein Lebenszeichen
và không có dấu hiệu của sự sống ở bất cứ đâu
sein Pferd folgte ihm in den Palast

con ngựa của ông đi theo ông vào cung điện
und dann fand sein Pferd großen Stall
và sau đó con ngựa của anh ta tìm thấy một chuồng ngựa lớn
das arme Tier war fast verhungert
con vật tội nghiệp gần như chết đói
also ging sein Pferd hinein, um Heu und Hafer zu finden
vì vậy con ngựa của anh ta đi vào để tìm cỏ khô và yến mạch
zum Glück fand er reichlich zu essen
may mắn thay anh ấy đã tìm thấy đủ thứ để ăn
und der Kaufmann band sein Pferd an die Krippe
và người thương gia buộc con ngựa của mình vào máng cỏ
Als er zum Haus ging, sah er niemanden
đi về phía ngôi nhà anh ta không thấy ai
aber in einer großen Halle fand er ein gutes Feuer
nhưng trong một hội trường lớn anh ta tìm thấy một ngọn lửa tốt
und er fand einen Tisch für eine Person gedeckt
và anh ấy tìm thấy một cái bàn được sắp xếp cho một người
er war nass vom Regen und Schnee
anh ấy bị ướt vì mưa và tuyết
Also ging er zum Feuer, um sich abzutrocknen
vì vậy anh ấy đã đến gần lửa để hong khô mình
„Ich hoffe, der Hausherr entschuldigt mich"
"Tôi hy vọng chủ nhà sẽ tha thứ cho tôi"
„Ich schätze, es wird nicht lange dauern, bis jemand auftaucht."
"Tôi cho rằng sẽ không mất nhiều thời gian để có người xuất hiện"
Er wartete eine beträchtliche Zeit
Anh ấy đã chờ đợi một thời gian đáng kể
er wartete, bis es elf schlug, und noch immer kam niemand
anh ấy đợi cho đến khi đồng hồ điểm mười một giờ mà vẫn không có ai đến
Schließlich war er so hungrig, dass er nicht länger warten konnte
cuối cùng anh ấy đói quá nên không thể đợi được nữa

er nahm ein Hühnchen und aß es in zwei Bissen
anh ấy lấy một ít thịt gà và ăn hết trong hai miếng
er zitterte beim Essen
anh ấy run rẩy khi ăn thức ăn
danach trank er ein paar Gläser Wein
sau đó anh ấy uống vài ly rượu
Er wurde mutiger und verließ den Saal
trở nên can đảm hơn, anh ta đi ra khỏi hội trường
und er durchquerte mehrere große Hallen
và anh ấy đã đi qua nhiều hội trường lớn
Er ging durch den Palast, bis er in eine Kammer kam
anh ta đi qua cung điện cho đến khi anh ta vào một căn phòng
eine Kammer, in der sich ein überaus gutes Bett befand
một căn phòng có một chiếc giường cực kỳ tốt
er war von der Tortur sehr erschöpft
anh ấy rất mệt mỏi vì thử thách của mình
und es war schon nach Mitternacht
và lúc đó đã quá nửa đêm
also beschloss er, dass es das Beste sei, die Tür zu schließen
vì vậy anh ấy quyết định tốt nhất là đóng cửa lại
und er beschloss, dass er zu Bett gehen sollte
và anh ấy kết luận rằng anh ấy nên đi ngủ
Es war zehn Uhr morgens, als der Kaufmann aufwachte
Lúc đó là mười giờ sáng khi người thương gia thức dậy
gerade als er aufstehen wollte, sah er etwas
ngay khi anh ấy sắp đứng dậy, anh ấy nhìn thấy một thứ gì đó
er war erstaunt, saubere Kleidung zu sehen
anh ấy ngạc nhiên khi nhìn thấy một bộ quần áo sạch sẽ
an der Stelle, wo er seine schmutzigen Kleider zurückgelassen hatte
ở nơi anh ta đã để lại quần áo bẩn của mình
"Mit Sicherheit gehört dieser Palast einer netten Fee"
"chắc chắn cung điện này thuộc về một nàng tiên nào đó"
„eine Fee, die mich gesehen und bemitleidet hat"
" một nàng tiên đã nhìn thấy và thương hại tôi"
er sah durch ein Fenster

anh ấy nhìn qua cửa sổ
aber statt Schnee sah er den herrlichsten Garten
nhưng thay vì tuyết, anh nhìn thấy khu vườn đẹp nhất
und im Garten waren die schönsten Rosen
và trong vườn có những bông hồng đẹp nhất
dann kehrte er in die große Halle zurück
sau đó anh ta quay trở lại đại sảnh
der Saal, in dem er am Abend zuvor Suppe gegessen hatte
căn phòng nơi anh ấy đã ăn súp vào đêm hôm trước
und er fand etwas Schokolade auf einem kleinen Tisch
và anh ấy tìm thấy một ít sô-cô-la trên một chiếc bàn nhỏ
„Danke, liebe Frau Fee", sagte er laut
"Cảm ơn bà Tiên tốt bụng," anh nói lớn.
„Danke für Ihre Fürsorge"
"Cảm ơn bạn đã quan tâm"
„Ich bin Ihnen für all Ihre Gefälligkeiten äußerst dankbar"
"Tôi vô cùng biết ơn anh vì tất cả những ân huệ của anh"
Der freundliche Mann trank seine Schokolade
người đàn ông tốt bụng đã uống sô cô la của mình
und dann ging er sein Pferd suchen
và sau đó anh ta đi tìm con ngựa của mình
aber im Garten erinnerte er sich an die Bitte der Schönheit
nhưng trong vườn anh nhớ lại lời yêu cầu của người đẹp
und er schnitt einen Rosenzweig ab
và anh ấy cắt một nhánh hoa hồng
sofort hörte er ein lautes Geräusch
Ngay lập tức anh ta nghe thấy một tiếng động lớn
und er sah ein furchtbar furchtbares Tier
và anh ta nhìn thấy một con thú vô cùng đáng sợ
er war so erschrocken, dass er kurz davor war, ohnmächtig zu werden
anh ấy sợ đến nỗi sắp ngất đi
„Du bist sehr undankbar", sagte das Tier zu ihm
"Ngươi thật là vô ơn," con thú nói với anh ta.
und das Tier sprach mit schrecklicher Stimme
và con thú nói bằng giọng khủng khiếp

„Ich habe dein Leben gerettet, indem ich dich in mein Schloss gelassen habe"
"Ta đã cứu mạng ngươi bằng cách cho phép ngươi vào lâu đài của ta"
"und dafür stiehlst du mir im Gegenzug meine Rosen?"
"và vì thế anh đánh cắp hoa hồng của tôi để đáp lại?"
„Die Rosen sind für mich mehr wert als alles andere"
"Những bông hồng mà tôi trân trọng hơn bất cứ thứ gì"
„Aber du wirst für das, was du getan hast, sterben"
"nhưng ngươi sẽ phải chết vì những gì ngươi đã làm"
„Ich gebe Ihnen nur eine Viertelstunde, um sich vorzubereiten"
"Tôi chỉ cho anh một phần tư giờ để chuẩn bị"
„Bereiten Sie sich auf den Tod vor und sprechen Sie Ihre Gebete"
"hãy chuẩn bị cho cái chết và cầu nguyện"
der Kaufmann fiel auf die Knie
người buôn bán quỳ xuống
und er hob beide Hände
và anh ta giơ cả hai tay lên
„Mein Herr, ich flehe Sie an, mir zu vergeben"
"Thưa ngài, tôi cầu xin ngài hãy tha thứ cho tôi"
„Ich hatte nicht die Absicht, Sie zu beleidigen"
"Tôi không có ý định xúc phạm anh"
„Ich habe für eine meiner Töchter eine Rose gepflückt"
"Tôi hái một bông hồng tặng một trong những cô con gái của tôi"
„Sie bat mich, ihr eine Rose mitzubringen"
"Cô ấy nhờ tôi mang cho cô ấy một bông hồng"
„Ich bin nicht euer Herr, sondern ein Tier", antwortete das Monster
"Ta không phải là chúa tể của ngươi, nhưng ta là một con thú", quái vật trả lời.
„Ich mag keine Komplimente"
"Tôi không thích lời khen"
„Ich mag Menschen, die so sprechen, wie sie denken"

"Tôi thích những người nói như họ nghĩ"
„glauben Sie nicht, dass ich durch Schmeicheleien bewegt werden kann"
"đừng tưởng tượng rằng tôi có thể bị lay động bởi lời nịnh hót"
„Aber Sie sagen, Sie haben Töchter"
"Nhưng bạn nói bạn có con gái"
„Ich werde dir unter einer Bedingung vergeben"
"Tôi sẽ tha thứ cho anh với một điều kiện"
„Eine deiner Töchter muss freiwillig in meinen Palast kommen"
"một trong những cô con gái của ngươi phải tự nguyện đến cung điện của ta"
"und sie muss für dich leiden"
"và cô ấy phải chịu đau khổ vì anh"
„Gib mir Dein Wort"
"Hãy để tôi nói lời của bạn"
„Und dann können Sie Ihren Geschäften nachgehen"
"và sau đó bạn có thể tiếp tục công việc của mình"
„Versprich mir das:"
"Hứa với tôi điều này nhé:"
„Wenn Ihre Tochter sich weigert, für Sie zu sterben, müssen Sie innerhalb von drei Monaten zurückkehren"
"Nếu con gái của ngươi từ chối chết vì ngươi, ngươi phải trở về trong vòng ba tháng"
der Kaufmann hatte nicht die Absicht, seine Töchter zu opfern
người thương gia không có ý định hy sinh con gái của mình
aber da ihm Zeit gegeben wurde, wollte er seine Töchter noch einmal sehen
nhưng vì ông được cho thời gian nên ông muốn gặp lại các con gái mình một lần nữa
also versprach er, dass er zurückkehren würde
vì vậy anh ấy đã hứa sẽ quay lại
und das Tier sagte ihm, er könne aufbrechen, wann er wolle
và con thú bảo anh ta rằng anh ta có thể lên đường khi anh ta

muốn
und das Tier erzählte ihm noch etwas
và con thú nói với anh ta thêm một điều nữa
„Du sollst nicht mit leeren Händen gehen"
"bạn sẽ không ra về tay không"
„Geh zurück in das Zimmer, in dem du lagst"
"trở về căn phòng nơi bạn nằm"
„Sie werden eine große leere Schatzkiste sehen"
"bạn sẽ thấy một chiếc rương kho báu lớn trống rỗng"
„Fülle die Schatzkiste mit allem, was Dir am besten gefällt"
"lấp đầy rương kho báu bằng bất cứ thứ gì bạn thích nhất"
„und ich werde die Schatzkiste zu Dir nach Hause schicken"
"và tôi sẽ gửi rương kho báu đến nhà bạn"
und gleichzeitig zog sich das Tier zurück
và cùng lúc đó con thú rút lui
„Nun", sagte sich der gute Mann
"Được rồi," người đàn ông tốt bụng tự nhủ
„Wenn ich sterben muss, werde ich meinen Kindern wenigstens etwas hinterlassen"
"Nếu tôi phải chết, ít nhất tôi cũng phải để lại thứ gì đó cho con cháu tôi"
so kehrte er ins Schlafzimmer zurück
vì vậy anh ấy đã trở lại phòng ngủ
und er fand sehr viele Goldstücke
và anh ta đã tìm thấy rất nhiều vàng
er füllte die Schatzkiste, die das Tier erwähnt hatte
anh ta đã lấp đầy rương kho báu mà con thú đã nhắc đến
und er holte sein Pferd aus dem Stall
và anh ta dắt ngựa ra khỏi chuồng
die Freude, die er beim Betreten des Palastes empfand, war nun genauso groß wie die Trauer, die er beim Verlassen des Palastes empfand
niềm vui mà anh cảm thấy khi bước vào cung điện giờ đây ngang bằng với nỗi buồn khi anh rời khỏi nó
Das Pferd nahm einen der Wege im Wald
con ngựa đã đi vào một trong những con đường của khu rừng

und in wenigen Stunden war der gute Mann zu Hause
và trong vài giờ người đàn ông tốt bụng đã về nhà
seine Kinder kamen zu ihm
con cái của ông đã đến với ông
aber anstatt ihre Umarmungen mit Freude entgegenzunehmen, sah er sie an
nhưng thay vì đón nhận cái ôm của họ một cách vui vẻ, anh nhìn họ
er hielt den Ast hoch, den er in den Händen hielt
anh ấy giơ cành cây anh ấy đang cầm trên tay
und dann brach er in Tränen aus
và rồi anh ấy bật khóc
„Schönheit", sagte er, „nimm bitte diese Rosen"
"Người đẹp ơi", anh nói, "hãy nhận lấy những bông hồng này"
„Sie können nicht wissen, wie teuer diese Rosen waren"
"bạn không thể biết những bông hồng này đắt giá thế nào"
„Diese Rosen haben deinen Vater das Leben gekostet"
"Những bông hồng này đã cướp đi mạng sống của cha bạn"
und dann erzählte er von seinem tödlichen Abenteuer
và sau đó anh ấy kể về cuộc phiêu lưu định mệnh của mình
Sofort schrien die beiden ältesten Schwestern
ngay lập tức hai chị gái lớn nhất kêu lên
und sie sagten viele gemeine Dinge zu ihrer schönen Schwester
và họ đã nói nhiều điều tệ hại với người chị xinh đẹp của họ
aber die Schönheit weinte überhaupt nicht
nhưng người đẹp không hề khóc
„Seht euch den Stolz dieses kleinen Schurken an", sagten sie
"Hãy nhìn vào sự kiêu hãnh của thằng khốn nạn đó," họ nói
„Sie hat nicht nach schönen Kleidern gefragt"
"cô ấy không yêu cầu quần áo đẹp"
„Sie hätte tun sollen, was wir getan haben"
"cô ấy nên làm những gì chúng ta đã làm"
„Sie wollte sich hervortun"
"cô ấy muốn phân biệt mình"

„so wird sie nun den Tod unseres Vaters bedeuten"
"vậy thì bây giờ cô ấy sẽ là cái chết của cha chúng ta"
„und doch vergießt sie keine Träne"
"và cô ấy vẫn không rơi một giọt nước mắt"
"Warum sollte ich weinen?", antwortete die Schönheit
"Tại sao tôi phải khóc?" người đẹp trả lời
„Weinen wäre völlig unnötig"
"khóc sẽ rất vô ích"
„Mein Vater wird nicht für mich leiden"
"Cha tôi sẽ không chịu đau khổ vì tôi"
„Das Monster wird eine seiner Töchter akzeptieren"
"con quái vật sẽ chấp nhận một trong những cô con gái của mình"
„Ich werde mich seiner ganzen Wut aussetzen"
"Tôi sẽ dâng hiến bản thân mình cho cơn thịnh nộ của ngài"
„Ich bin sehr glücklich, denn mein Tod wird das Leben meines Vaters retten"
"Tôi rất vui vì cái chết của tôi sẽ cứu được mạng sống của cha tôi"
„Mein Tod wird ein Beweis meiner Liebe sein"
"cái chết của tôi sẽ là bằng chứng cho tình yêu của tôi"
„Nein, Schwester", sagten ihre drei Brüder
"Không, chị ạ," ba anh trai của cô nói.
„das darf nicht sein"
"điều đó sẽ không xảy ra"
„Wir werden das Monster finden"
"chúng ta sẽ đi tìm con quái vật"
"und entweder wir werden ihn töten..."
"và hoặc là chúng ta sẽ giết anh ta..."
„... oder wir werden bei dem Versuch umkommen"
"... hoặc chúng ta sẽ chết trong nỗ lực này"
„Stellt euch nichts dergleichen vor, meine Söhne", sagte der Kaufmann
"Các con đừng tưởng tượng ra điều gì như thế," người thương gia nói.
„Die Kraft des Biests ist so groß, dass ich keine Hoffnung

habe, dass Ihr es besiegen könntet."
"Sức mạnh của con quái thú quá lớn đến nỗi tôi không hy vọng anh có thể chiến thắng nó"
„Ich bin entzückt von dem freundlichen und großzügigen Angebot der Schönheit"
"Tôi bị quyến rũ bởi sự tốt bụng và hào phóng của vẻ đẹp"
„aber ich kann ihre Großzügigkeit nicht annehmen"
"nhưng tôi không thể chấp nhận lòng hào phóng của cô ấy"
„Ich bin alt und habe nicht mehr lange zu leben"
"Tôi già rồi, không còn sống được bao lâu nữa"
„also kann ich nur ein paar Jahre verlieren"
"vậy nên tôi chỉ có thể mất vài năm"
„Zeit, die ich für euch bereue, meine lieben Kinder"
"thời gian mà tôi hối tiếc vì các con, những đứa con yêu dấu của tôi"
„Aber Vater", sagte die Schönheit
"Nhưng cha ơi," người đẹp nói
„Du sollst nicht ohne mich in den Palast gehen"
"Ngươi không được vào cung điện nếu không có ta"
„Du kannst mich nicht davon abhalten, dir zu folgen"
"bạn không thể ngăn cản tôi theo đuổi bạn"
nichts könnte Schönheit vom Gegenteil überzeugen
không có gì có thể thuyết phục được vẻ đẹp nếu không
Sie bestand darauf, in den schönen Palast zu gehen
cô ấy nhất quyết muốn đến cung điện đẹp đẽ
und ihre Schwestern waren erfreut über ihre Beharrlichkeit
và các chị em của cô ấy rất vui mừng trước sự khăng khăng của cô ấy
Der Kaufmann war besorgt bei dem Gedanken, seine Tochter zu verlieren
Người thương gia lo lắng khi nghĩ đến việc mất đi con gái mình
er war so besorgt, dass er die Truhe voller Gold vergessen hatte
anh ta quá lo lắng đến nỗi quên mất chiếc rương đầy vàng
Abends begab er sich zur Ruhe und schloss die Tür seines

Zimmers.
vào ban đêm, ông nghỉ ngơi và đóng cửa phòng mình lại
Dann fand er zu seinem großen Erstaunen den Schatz neben seinem Bett.
sau đó, anh vô cùng ngạc nhiên khi thấy kho báu ở ngay cạnh giường mình
er war entschlossen, es seinen Kindern nicht zu erzählen
anh ấy quyết tâm không nói với con mình
Wenn sie es gewusst hätten, wären sie in die Stadt zurückgekehrt
nếu họ biết, họ sẽ muốn quay trở lại thị trấn
und er war entschlossen, das Land nicht zu verlassen
và anh ấy đã quyết định không rời khỏi vùng nông thôn
aber er vertraute der Schönheit das Geheimnis
nhưng anh ấy tin tưởng vẻ đẹp với bí mật
Sie teilte ihm mit, dass zwei Herren gekommen seien
cô ấy thông báo với anh ấy rằng có hai quý ông đã đến
und sie machten ihren Schwestern einen Heiratsantrag
và họ đã đưa ra đề xuất với các chị em của cô ấy
Sie bat ihren Vater, ihrer Heirat zuzustimmen
cô ấy đã cầu xin cha cô ấy đồng ý cho họ kết hôn
und sie bat ihn, ihnen etwas von seinem Vermögen zu geben
và cô ấy yêu cầu anh ấy cho họ một ít tài sản của anh ấy
sie hatte ihnen bereits vergeben
cô ấy đã tha thứ cho họ rồi
Die bösen Kreaturen rieben ihre Augen mit Zwiebeln
những sinh vật độc ác đã dụi mắt bằng hành tây
um beim Abschied von der Schwester ein paar Tränen zu vergießen
để buộc phải rơi nước mắt khi họ chia tay với chị gái của họ
aber ihre Brüder waren wirklich besorgt
nhưng anh em cô ấy thực sự lo lắng
Schönheit war die einzige, die keine Tränen vergoss
Người đẹp là người duy nhất không rơi nước mắt
sie wollte ihr Unbehagen nicht vergrößern

cô ấy không muốn làm tăng thêm sự lo lắng của họ
Das Pferd nahm den direkten Weg zum Palast
con ngựa đi thẳng đến cung điện
und gegen Abend sahen sie den erleuchteten Palast
và về chiều họ thấy cung điện được thắp sáng
das Pferd begab sich wieder in den Stall
con ngựa lại tự đưa mình vào chuồng
und der gute Mann und seine Tochter gingen in die große Halle
và người đàn ông tốt bụng cùng con gái của ông đã đi vào đại sảnh
hier fanden sie einen herrlich gedeckten Tisch
ở đây họ tìm thấy một cái bàn được phục vụ tuyệt vời
der Kaufmann hatte keinen Appetit zu essen
người buôn bán không có cảm giác thèm ăn
aber die Schönheit bemühte sich, fröhlich zu erscheinen
nhưng vẻ đẹp cố gắng tỏ ra vui vẻ
sie setzte sich an den Tisch und half ihrem Vater
cô ấy ngồi xuống bàn và giúp cha cô ấy
aber sie dachte auch bei sich:
nhưng cô cũng tự nghĩ:
„Das Biest will mich sicher mästen, bevor es mich frisst"
"Con thú chắc chắn muốn vỗ béo tôi trước khi ăn thịt tôi"
„deshalb sorgt er für so viel Unterhaltung"
"đó là lý do tại sao anh ấy cung cấp nhiều sự giải trí như vậy"
Nachdem sie gegessen hatten, hörten sie ein großes Geräusch
sau khi họ ăn xong họ nghe thấy một tiếng động lớn
und der Kaufmann verabschiedete sich mit Tränen in den Augen von seinem unglücklichen Kind
và người thương gia tạm biệt đứa con bất hạnh của mình với đôi mắt đẫm lệ
weil er wusste, dass das Biest kommen würde
bởi vì anh ta biết con thú đang đến
Die Schönheit war entsetzt über seine schreckliche Gestalt
người đẹp kinh hãi trước hình dạng kinh hoàng của anh ta

aber sie nahm ihren Mut zusammen, so gut sie konnte
nhưng cô ấy đã lấy hết can đảm hết sức có thể
und das Monster fragte sie, ob sie freiwillig mitkäme
và con quái vật hỏi cô ấy có tự nguyện đến không
"ja, ich bin freiwillig gekommen", sagte sie zitternd
"Vâng, tôi đã tự nguyện đến đây," cô ấy nói trong sự run rẩy.
Das Tier antwortete: „Du bist sehr gut"
con thú đáp lại, "Ngươi rất tốt"
„und ich bin Ihnen zu großem Dank verpflichtet, ehrlicher Mann"
"và tôi rất biết ơn anh; người đàn ông trung thực"
„Geht morgen früh eure Wege"
"Sáng mai hãy đi đường của anh"
„aber denk nie daran, wieder hierher zu kommen"
"nhưng đừng bao giờ nghĩ đến việc quay lại đây nữa"
„Lebe wohl, Schönheit, lebe wohl, Biest", antwortete er
"Tạm biệt người đẹp, tạm biệt thú dữ," anh trả lời
und sofort zog sich das Monster zurück
và ngay lập tức con quái vật rút lui
"Oh, Tochter", sagte der Kaufmann
"Ồ, con gái," người thương gia nói.
und er umarmte seine Tochter noch einmal
và anh ấy ôm con gái mình một lần nữa
„Ich habe fast Todesangst"
"Tôi gần như sợ chết khiếp"
„glauben Sie mir, Sie sollten lieber zurückgehen"
"tin tôi đi, tốt hơn là anh nên quay lại"
„Lass mich hier bleiben, statt dir"
"hãy để tôi ở lại đây, thay vì anh"
„Nein, Vater", sagte die Schönheit entschlossen
"Không, cha ơi," người đẹp nói với giọng kiên quyết
„Du sollst morgen früh aufbrechen"
"bạn sẽ lên đường vào sáng mai"
„überlasse mich der Obhut und dem Schutz der Vorsehung"
"hãy để tôi cho sự chăm sóc và bảo vệ của Chúa"
trotzdem gingen sie zu Bett

tuy nhiên họ đã đi ngủ
Sie dachten, sie würden die ganze Nacht kein Auge zutun
họ nghĩ rằng họ sẽ không nhắm mắt suốt đêm
aber als sie sich hinlegten, schliefen sie ein
nhưng ngay khi họ nằm xuống họ đã ngủ
Die Schönheit träumte, eine schöne Dame kam und sagte zu ihr:
Người đẹp mơ thấy một người phụ nữ xinh đẹp đến và nói với nàng:
„**Ich bin zufrieden, Schönheit, mit deinem guten Willen"**
"Tôi hài lòng, người đẹp, với thiện chí của bạn"
„**Diese gute Tat von Ihnen wird nicht unbelohnt bleiben"**
"Hành động tốt này của bạn sẽ không phải là không được đền đáp"
Die Schöne erwachte und erzählte ihrem Vater ihren Traum
Người đẹp thức dậy và kể cho cha nghe giấc mơ của mình
der Traum tröstete ihn ein wenig
giấc mơ giúp anh ấy an ủi được một chút
aber er konnte nicht anders, als bitterlich zu weinen, als er ging
nhưng anh ấy không thể không khóc thảm thiết khi anh ấy rời đi
Sobald er weg war, setzte sich Schönheit in die große Halle und weinte ebenfalls
Ngay khi anh ta đi rồi, người đẹp ngồi xuống trong đại sảnh và khóc quá
aber sie beschloss, sich keine Sorgen zu machen
nhưng cô ấy quyết định không lo lắng
Sie beschloss, in der kurzen Zeit, die ihr noch zu leben blieb, stark zu sein
cô ấy quyết định phải mạnh mẽ trong khoảng thời gian ít ỏi còn lại để sống
weil sie fest davon überzeugt war, dass das Biest sie fressen würde
bởi vì cô ấy tin chắc rằng con thú sẽ ăn thịt cô ấy
Sie dachte jedoch, sie könnte genauso gut den Palast

erkunden
tuy nhiên, cô ấy nghĩ cô ấy cũng có thể khám phá cung điện
und sie wollte das schöne Schloss besichtigen
và cô ấy muốn ngắm nhìn lâu đài đẹp đẽ
ein Schloss, das sie bewundern musste
một lâu đài mà cô không thể không ngưỡng mộ
Es war ein wunderbar angenehmer Palast
đó là một cung điện dễ chịu thú vị
und sie war äußerst überrascht, als sie eine Tür sah
và cô ấy vô cùng ngạc nhiên khi nhìn thấy một cánh cửa
und über der Tür stand, dass es ihr Zimmer sei
và trên cửa có ghi rằng đó là phòng của cô ấy
sie öffnete hastig die Tür
cô ấy vội vàng mở cửa
und sie war ganz geblendet von der Pracht des Raumes
và cô ấy thực sự choáng ngợp trước sự tráng lệ của căn phòng
was ihre Aufmerksamkeit vor allem auf sich zog, war eine große Bibliothek
điều chủ yếu thu hút sự chú ý của cô ấy là một thư viện lớn
ein Cembalo und mehrere Notenbücher
một cây đàn harpsichord và một số sách nhạc
„Nun", sagte sie zu sich selbst
"Được rồi," cô ấy tự nhủ
„Ich sehe, das Biest wird meine Zeit nicht verstreichen lassen"
"Tôi thấy con thú sẽ không để thời gian của tôi trôi qua một cách nặng nề"
dann dachte sie über ihre Situation nach
sau đó cô ấy tự suy ngẫm về hoàn cảnh của mình
„Wenn ich einen Tag bleiben sollte, wäre das alles nicht hier"
"Nếu tôi chỉ ở lại một ngày thì tất cả những điều này đã không xảy ra ở đây"
diese Überlegung gab ihr neuen Mut
sự cân nhắc này đã truyền cảm hứng cho cô ấy với lòng can đảm mới

und sie nahm ein Buch aus ihrer neuen Bibliothek
và cô ấy đã lấy một cuốn sách từ thư viện mới của cô ấy
und sie las diese Worte in goldenen Buchstaben:
và cô ấy đọc những từ này bằng chữ vàng:
„Begrüße Schönheit, vertreibe die Angst"
"Chào đón vẻ đẹp, xua tan nỗi sợ hãi"
„Du bist hier Königin und Herrin"
"Bạn là nữ hoàng và bà chủ ở đây"
„Sprich deine Wünsche aus, sprich deinen Willen aus"
"Hãy nói lên mong muốn của bạn, hãy nói lên ý chí của bạn"
„Schneller Gehorsam begegnet hier Ihren Wünschen"
"Sự tuân thủ nhanh chóng đáp ứng mong muốn của bạn ở đây"
"Ach", sagte sie mit einem Seufzer
"Than ôi," cô ấy nói, với một tiếng thở dài
„Am meisten wünsche ich mir, meinen armen Vater zu sehen"
"Điều tôi mong muốn nhất là được nhìn thấy người cha tội nghiệp của mình"
„und ich würde gerne wissen, was er tut"
"và tôi muốn biết anh ấy đang làm gì"
Kaum hatte sie das gesagt, bemerkte sie den Spiegel
Ngay khi cô ấy nói điều này, cô ấy nhận thấy tấm gương
zu ihrem großen Erstaunen sah sie ihr eigenes Zuhause im Spiegel
cô vô cùng ngạc nhiên khi thấy ngôi nhà của mình trong gương
Ihr Vater kam emotional erschöpft an
cha cô ấy đã đến trong tình trạng kiệt sức về mặt cảm xúc
Ihre Schwestern gingen ihm entgegen
chị em cô ấy đã đến gặp anh ấy
trotz ihrer Versuche, traurig zu wirken, war ihre Freude sichtbar
mặc dù họ cố tỏ ra buồn bã, nhưng niềm vui của họ vẫn hiện rõ
einen Moment später war alles verschwunden

một lát sau mọi thứ biến mất
und auch die Befürchtungen der Schönheit verschwanden
và nỗi lo sợ về cái đẹp cũng biến mất
denn sie wusste, dass sie dem Tier vertrauen konnte
vì cô ấy biết cô ấy có thể tin tưởng con thú
Mittags fand sie das Abendessen fertig
Đến trưa cô thấy bữa tối đã sẵn sàng
sie setzte sich an den Tisch
cô ấy ngồi xuống bàn
und sie wurde mit einem Musikkonzert unterhalten
và cô ấy đã được giải trí với một buổi hòa nhạc
obwohl sie niemanden sehen konnte
mặc dù cô ấy không thể nhìn thấy bất cứ ai
abends setzte sie sich wieder zum Abendessen
vào ban đêm cô ấy lại ngồi xuống ăn tối
diesmal hörte sie das Geräusch, das das Tier machte
lần này cô ấy nghe thấy tiếng động mà con thú tạo ra
und sie konnte nicht anders, als Angst zu haben
và cô ấy không thể không sợ hãi
"Schönheit", sagte das Monster
"Vẻ đẹp," con quái vật nói
"erlaubst du mir, mit dir zu essen?"
"Anh có cho phép em ăn cùng anh không?"
"Mach, was du willst", antwortete die Schönheit zitternd
"Làm theo ý mình đi," người đẹp trả lời trong sự run rẩy
„Nein", antwortete das Tier
"Không," con thú trả lời.
„Du allein bist hier die Herrin"
"Chỉ có mình cô là chủ nhân ở đây"
„Sie können mich wegschicken, wenn ich Ärger mache"
"bạn có thể đuổi tôi đi nếu tôi gây phiền phức"
„schick mich fort, und ich werde mich sofort zurückziehen"
"Hãy đuổi tôi đi và tôi sẽ rút lui ngay lập tức"
„Aber sagen Sie mir: Finden Sie mich nicht sehr hässlich?"
"Nhưng hãy nói cho tôi biết; anh không thấy tôi xấu xí lắm sao?"

„Das stimmt", sagte die Schönheit
"Đúng vậy," người đẹp nói
„Ich kann nicht lügen"
"Tôi không thể nói dối"
„aber ich glaube, Sie sind sehr gutmütig"
"nhưng tôi tin rằng bạn là người rất tốt bụng"
„Das bin ich tatsächlich", sagte das Monster
"Tôi thực sự là vậy," con quái vật nói.
„Aber abgesehen von meiner Hässlichkeit habe ich auch keinen Verstand"
"Nhưng ngoài sự xấu xí của tôi ra, tôi cũng chẳng có ý thức gì cả"
„Ich weiß sehr wohl, dass ich ein dummes Wesen bin"
"Tôi biết rõ rằng tôi là một sinh vật ngốc nghếch"
„Es ist kein Zeichen von Torheit, so zu denken", antwortete die Schönheit
"Không phải là dấu hiệu của sự ngu ngốc khi nghĩ như vậy", người đẹp trả lời.
„Dann iss, Schönheit", sagte das Monster
"Ăn đi, người đẹp," quái vật nói.
„Versuchen Sie, sich in Ihrem Palast zu amüsieren"
"hãy cố gắng tự giải trí trong cung điện của mình"
"alles hier gehört dir"
"mọi thứ ở đây đều là của bạn"
„Und ich wäre sehr unruhig, wenn Sie nicht glücklich wären"
"và tôi sẽ rất lo lắng nếu bạn không vui"
„Sie sind sehr zuvorkommend", antwortete die Schönheit
"Bạn rất tử tế," người đẹp trả lời.
„Ich gebe zu, ich freue mich über Ihre Freundlichkeit"
"Tôi thừa nhận là tôi hài lòng với lòng tốt của anh"
„Und wenn ich über deine Freundlichkeit nachdenke, fallen mir deine Missbildungen kaum auf"
"và khi tôi xem xét lòng tốt của bạn, tôi hầu như không nhận thấy sự dị dạng của bạn"
„Ja, ja", sagte das Tier, „mein Herz ist gut

"Vâng, vâng," con thú nói, "trái tim tôi tốt bụng
„Aber obwohl ich gut bin, bin ich immer noch ein Monster"
"nhưng mặc dù tôi tốt, tôi vẫn là một con quái vật"
„Es gibt viele Männer, die diesen Namen mehr verdienen als Sie."
"Có nhiều người đàn ông xứng đáng với cái tên đó hơn anh"
„und ich bevorzuge dich, so wie du bist"
"và tôi thích bạn như bạn hiện tại"
„und ich ziehe dich denen vor, die ein undankbares Herz verbergen"
"và tôi thích bạn hơn những kẻ che giấu một trái tim vô ơn"
"Wenn ich nur etwas Verstand hätte", antwortete das Biest
"Giá như tôi có chút hiểu biết," con thú trả lời
„Wenn ich vernünftig wäre, würde ich Ihnen als Dank ein schönes Kompliment machen"
"Nếu tôi có lý trí thì tôi sẽ khen ngợi bạn một cách tử tế để cảm ơn bạn"
"aber ich bin so langweilig"
"nhưng tôi buồn tẻ quá"
„Ich kann nur sagen, dass ich Ihnen zu großem Dank verpflichtet bin"
"Tôi chỉ có thể nói rằng tôi rất biết ơn bạn"
Schönheit aß ein herzhaftes Abendessen
người đẹp đã ăn một bữa tối thịnh soạn
und sie hatte ihre Angst vor dem Monster fast überwunden
và cô ấy đã gần như chế ngự được nỗi sợ hãi của mình về con quái vật
aber sie wollte ohnmächtig werden, als das Biest ihr die nächste Frage stellte
nhưng cô ấy muốn ngất đi khi con thú hỏi cô ấy câu hỏi tiếp theo
"Schönheit, willst du meine Frau werden?"
"Người đẹp ơi, em có đồng ý làm vợ anh không?"
es dauerte eine Weile, bis sie antworten konnte
cô ấy mất một lúc mới có thể trả lời
weil sie Angst hatte, ihn wütend zu machen

vì cô ấy sợ làm anh ấy tức giận
Schließlich sagte sie jedoch "nein, Biest"
cuối cùng, tuy nhiên, cô ấy đã nói "không, đồ thú vật"
sofort zischte das arme Monster ganz fürchterlich
ngay lập tức con quái vật tội nghiệp rít lên rất đáng sợ
und der ganze Palast hallte
và toàn bộ cung điện vang vọng
aber die Schönheit erholte sich bald von ihrem Schrecken
nhưng người đẹp đã sớm hồi phục sau nỗi sợ hãi
denn das Tier sprach wieder mit trauriger Stimme
vì con thú lại nói bằng giọng buồn thảm
„Dann leb wohl, Schönheit"
"vậy thì tạm biệt nhé, người đẹp"
und er drehte sich nur ab und zu um
và anh ấy chỉ thỉnh thoảng quay lại
um sie anzusehen, als er hinausging
nhìn cô ấy khi anh ấy đi ra ngoài
jetzt war die Schönheit wieder allein
bây giờ vẻ đẹp lại một mình
Sie empfand großes Mitgefühl
cô ấy cảm thấy rất thương cảm
„Ach, es ist tausendmal schade"
"Than ôi, thật là đáng tiếc"
„Etwas, das so gutmütig ist, sollte nicht so hässlich sein"
"bất cứ điều gì tốt đẹp như vậy thì không nên xấu xí như vậy"
Schönheit verbrachte drei Monate sehr zufrieden im Palast
Người đẹp đã dành ba tháng rất mãn nguyện trong cung điện
jeden Abend stattete ihr das Biest einen Besuch ab
Mỗi buổi tối con thú đều đến thăm cô
und sie redeten beim Abendessen
và họ nói chuyện trong bữa tối
Sie sprachen mit gesundem Menschenverstand
họ nói chuyện với sự hiểu biết thông thường
aber sie sprachen nicht mit dem, was man als geistreich bezeichnet
nhưng họ không nói chuyện với những gì mọi người gọi là sự

dí dỏm
Schönheit entdeckte immer einen wertvollen Charakter im Biest
cái đẹp luôn khám phá ra một số tính cách có giá trị ở con thú
und sie hatte sich an seine Missbildung gewöhnt
và cô ấy đã quen với sự dị dạng của anh ấy
sie fürchtete sich nicht mehr vor seinem Besuch
cô ấy không còn sợ hãi thời gian anh ấy đến thăm nữa
jetzt schaute sie oft auf die Uhr
bây giờ cô ấy thường nhìn đồng hồ của mình
und sie konnte es kaum erwarten, bis es neun Uhr war
và cô ấy không thể chờ đến chín giờ
denn das Tier kam immer zu dieser Stunde
bởi vì con thú không bao giờ bỏ lỡ việc đến vào giờ đó
Es gab nur eine Sache, die Schönheit betraf
chỉ có một điều liên quan đến cái đẹp
jeden Abend, bevor sie ins Bett ging, stellte ihr das Biest die gleiche Frage
Mỗi đêm trước khi cô ấy đi ngủ, con thú đều hỏi cô ấy cùng một câu hỏi
Das Monster fragte sie, ob sie seine Frau werden wolle
con quái vật hỏi cô ấy liệu cô ấy có muốn làm vợ anh ta không
Eines Tages sagte sie zu ihm: „Biest, du machst mir große Sorgen."
một ngày nọ cô ấy nói với anh ta, "con thú, anh làm tôi rất khó chịu"
„Ich wünschte, ich könnte einwilligen, dich zu heiraten"
"Ước gì tôi có thể đồng ý cưới em"
„Aber ich bin zu aufrichtig, um dir zu glauben zu machen, dass ich dich heiraten würde"
"nhưng anh quá chân thành để khiến em tin rằng anh sẽ cưới em"
„Unsere Ehe wird nie stattfinden"
"cuộc hôn nhân của chúng ta sẽ không bao giờ xảy ra"
„Ich werde dich immer als Freund sehen"
"Tôi sẽ luôn coi bạn là bạn"

„Bitte versuchen Sie, damit zufrieden zu sein"
"hãy cố gắng hài lòng với điều này"
„Damit muss ich zufrieden sein", sagte das Tier
"Ta phải hài lòng với điều này," con thú nói.
„Ich kenne mein eigenes Unglück"
"Tôi biết sự bất hạnh của mình"
„aber ich liebe dich mit der zärtlichsten Zuneigung"
"nhưng anh yêu em bằng tình cảm dịu dàng nhất "
„Ich sollte mich jedoch als glücklich betrachten"
"Tuy nhiên, tôi nên coi mình là hạnh phúc"
"und ich würde mich freuen, wenn du hier bleibst"
"và tôi sẽ rất vui khi bạn ở lại đây"
„versprich mir, mich nie zu verlassen"
"hứa với em là đừng bao giờ rời xa em"
Schönheit errötete bei diesen Worten
người đẹp đỏ mặt vì những lời này
Eines Tages schaute die Schönheit in ihren Spiegel
một ngày nọ người đẹp đang nhìn vào gương
ihr Vater hatte sich schreckliche Sorgen um sie gemacht
cha cô đã lo lắng đến phát ốm vì cô
sie sehnte sich mehr denn je danach, ihn wiederzusehen
cô ấy mong muốn được gặp lại anh ấy hơn bao giờ hết
„Ich könnte versprechen, dich nie ganz zu verlassen"
"Anh có thể hứa sẽ không bao giờ rời xa em hoàn toàn"
„aber ich habe so ein großes Verlangen, meinen Vater zu sehen"
"nhưng tôi rất mong muốn được gặp cha tôi"
„Ich wäre unendlich verärgert, wenn Sie nein sagen würden"
"Tôi sẽ vô cùng tức giận nếu anh nói không"
"Ich würde lieber selbst sterben", sagte das Monster
"Tôi thà chết còn hơn," con quái vật nói.
„Ich würde lieber sterben, als dir Unbehagen zu bereiten"
"Tôi thà chết còn hơn khiến anh cảm thấy bất an"
„Ich werde dich zu deinem Vater schicken"
"Ta sẽ gửi ngươi đến gặp cha ngươi"

„Du sollst bei ihm bleiben"
"bạn sẽ ở lại với anh ấy"
"und dieses unglückliche Tier wird stattdessen vor Kummer sterben"
"và con thú bất hạnh này sẽ chết trong đau buồn thay"
"Nein", sagte die Schönheit weinend
"Không," người đẹp nói, vừa khóc vừa nói
„Ich liebe dich zu sehr, um die Ursache deines Todes zu sein"
"Anh yêu em quá nhiều để có thể là nguyên nhân gây ra cái chết của em"
„Ich verspreche Ihnen, in einer Woche wiederzukommen"
"Tôi hứa sẽ quay lại sau một tuần"
„Du hast mir gezeigt, dass meine Schwestern verheiratet sind"
"Bạn đã cho tôi thấy rằng các chị em của tôi đã kết hôn"
„und meine Brüder sind zur Armee gegangen"
"và anh em tôi đã đi lính"
"Lass mich eine Woche bei meinem Vater bleiben, da er allein ist"
"cho tôi ở lại với bố một tuần, vì bố ở một mình"
"Morgen früh wirst du dort sein", sagte das Tier
"Sáng mai ngươi sẽ ở đó," con thú nói.
„Aber denk an dein Versprechen"
"nhưng hãy nhớ lời hứa của bạn"
„Sie brauchen Ihren Ring nur auf den Tisch zu legen, bevor Sie zu Bett gehen."
"Bạn chỉ cần đặt chiếc nhẫn lên bàn trước khi đi ngủ"
"Und dann werdet ihr vor dem Morgen zurückgebracht"
"và sau đó bạn sẽ được đưa trở lại trước khi trời sáng"
„Lebe wohl, liebe Schönheit", seufzte das Tier
"Tạm biệt người đẹp thân yêu," con thú thở dài
Die Schönheit ging an diesem Abend sehr traurig ins Bett
Người đẹp đã đi ngủ rất buồn vào đêm đó
weil sie das Tier nicht so besorgt sehen wollte
vì cô ấy không muốn nhìn thấy con thú lo lắng như vậy

am nächsten Morgen fand sie sich im Haus ihres Vaters wieder
sáng hôm sau cô thấy mình đang ở nhà cha cô
sie läutete eine kleine Glocke neben ihrem Bett
cô ấy rung một chiếc chuông nhỏ bên giường
und das Dienstmädchen stieß einen lauten Schrei aus
và người hầu gái hét lên một tiếng lớn
und ihr Vater rannte nach oben
và cha cô chạy lên lầu
er dachte, er würde vor Freude sterben
anh ấy nghĩ rằng anh ấy sẽ chết vì vui sướng
er hielt sie eine Viertelstunde lang in seinen Armen
anh ấy ôm cô ấy trong vòng tay trong một phần tư giờ
irgendwann waren die ersten Grüße vorbei
cuối cùng lời chào đầu tiên đã kết thúc
Schönheit begann daran zu denken, aus dem Bett zu steigen
người đẹp bắt đầu nghĩ đến việc ra khỏi giường
aber sie merkte, dass sie keine Kleidung mitgebracht hatte
nhưng cô nhận ra cô không mang theo quần áo
aber das Dienstmädchen sagte ihr, sie habe eine Kiste gefunden
nhưng người hầu gái nói với cô ấy rằng cô ấy đã tìm thấy một chiếc hộp
der große Koffer war voller Kleider und Kleider
cái rương lớn chứa đầy váy áo và áo dài
jedes Kleid war mit Gold und Diamanten bedeckt
mỗi chiếc váy đều được phủ vàng và kim cương
Schönheit dankte dem Tier für seine freundliche Pflege
người đẹp cảm ơn con thú vì sự chăm sóc ân cần của nó
und sie nahm eines der schlichtesten Kleider
và cô ấy đã lấy một trong những chiếc váy đơn giản nhất
Die anderen Kleider wollte sie ihren Schwestern schenken
cô ấy định tặng những chiếc váy khác cho chị em mình
aber bei diesem Gedanken verschwand die Kleidertruhe
nhưng khi nghĩ đến điều đó thì cái rương đựng quần áo đã biến mất

Das Biest hatte darauf bestanden, dass die Kleidung nur für sie sei
con thú đã khăng khăng rằng quần áo chỉ dành cho cô ấy
ihr Vater sagte ihr, dass dies der Fall sei
cha cô ấy đã nói với cô ấy rằng đây là trường hợp
und sofort kam die Kleidertruhe wieder zurück
và ngay lập tức rương quần áo lại trở về
Schönheit kleidete sich mit ihren neuen Kleidern
người đẹp đã mặc cho mình những bộ quần áo mới
und in der Zwischenzeit gingen die Mägde los, um ihre Schwestern zu finden
và trong khi đó những người hầu gái đã đi tìm chị gái của cô ấy
Ihre beiden Schwestern waren mit ihren Ehemännern
cả hai chị gái của cô ấy đều ở với chồng của họ
aber ihre beiden Schwestern waren sehr unglücklich
nhưng cả hai chị gái của cô đều rất không vui
Ihre älteste Schwester hatte einen sehr gutaussehenden Herrn geheiratet
chị cả của cô ấy đã kết hôn với một người đàn ông rất đẹp trai
aber er war so selbstgefällig, dass er seine Frau vernachlässigte
nhưng anh ta quá yêu bản thân mình đến nỗi bỏ bê vợ mình
Ihre zweite Schwester hatte einen geistreichen Mann geheiratet
chị gái thứ hai của cô đã kết hôn với một người đàn ông dí dỏm
aber er nutzte seinen Witz, um die Leute zu quälen
nhưng anh ta đã dùng sự hóm hỉnh của mình để hành hạ mọi người
und am meisten quälte er seine Frau
và anh ta hành hạ vợ mình nhất
Die Schwestern der Schönheit sahen sie wie eine Prinzessin gekleidet
chị em của người đẹp thấy cô ấy ăn mặc như một công chúa
und sie waren krank vor Neid

và họ phát ốm vì ghen tị
jetzt war sie schöner als je zuvor
bây giờ cô ấy đẹp hơn bao giờ hết
ihr liebevolles Verhalten konnte ihre Eifersucht nicht unterdrücken
hành vi trìu mến của cô ấy không thể ngăn chặn sự ghen tuông của họ
Sie erzählte ihnen, wie glücklich sie mit dem Tier war
cô ấy nói với họ rằng cô ấy hạnh phúc thế nào khi có con thú đó
und ihre Eifersucht war kurz vor dem Platzen
và sự ghen tị của họ đã sẵn sàng bùng nổ
Sie gingen in den Garten, um über ihr Unglück zu weinen
Họ đi xuống vườn để khóc về sự bất hạnh của họ
„Inwiefern ist dieses kleine Geschöpf besser als wir?"
"Sinh vật nhỏ bé này tốt hơn chúng ta ở điểm nào?"
„Warum sollte sie so viel glücklicher sein?"
"Tại sao cô ấy lại có thể hạnh phúc hơn thế?"
„Schwester", sagte die ältere Schwester
"Chị ơi," người chị lớn nói.
„Mir ist gerade ein Gedanke gekommen"
"một ý nghĩ vừa lóe lên trong đầu tôi"
„Versuchen wir, sie länger als eine Woche hier zu behalten"
"chúng ta hãy cố gắng giữ cô ấy ở đây hơn một tuần"
„Vielleicht macht das das dumme Monster wütend"
"có lẽ điều này sẽ làm con quái vật ngốc nghếch kia nổi giận"
„weil sie ihr Wort gebrochen hätte"
"vì cô ấy sẽ phá vỡ lời hứa của mình"
"und dann könnte er sie verschlingen"
"và sau đó anh ta có thể nuốt chửng cô ấy"
"Das ist eine tolle Idee", antwortete die andere Schwester
"Đó là một ý tưởng tuyệt vời", người chị kia trả lời
„Wir müssen ihr so viel Freundlichkeit wie möglich entgegenbringen"
"chúng ta phải thể hiện lòng tốt với cô ấy nhiều nhất có thể"
Die Schwestern fassten den Entschluss

các chị em đã đưa ra quyết định này
und sie verhielten sich sehr liebevoll gegenüber ihrer Schwester
và họ cư xử rất trìu mến với chị gái của họ
Die arme Schönheit weinte vor Freude über all ihre Freundlichkeit
người đẹp tội nghiệp khóc vì vui mừng trước lòng tốt của họ
Als die Woche um war, weinten sie und rauften sich die Haare
khi tuần lễ kết thúc, họ khóc và giật tóc
es schien ihnen so leid zu tun, sich von ihr zu trennen
họ có vẻ rất tiếc khi phải chia tay cô ấy
und die Schönheit versprach, noch eine Woche länger zu bleiben
và vẻ đẹp hứa hẹn sẽ ở lại thêm một tuần nữa
In der Zwischenzeit konnte die Schönheit nicht umhin, über sich selbst nachzudenken
Trong khi đó, người đẹp không thể không suy ngẫm về chính mình
sie machte sich Sorgen darüber, was sie dem armen Tier antat
cô ấy lo lắng không biết cô ấy đang làm gì với con vật tội nghiệp
Sie wusste, dass sie ihn aufrichtig liebte
cô ấy biết rằng cô ấy thực sự yêu anh ấy
und sie sehnte sich wirklich danach, ihn wiederzusehen
và cô ấy thực sự mong muốn được gặp lại anh ấy
Auch die zehnte Nacht verbrachte sie bei ihrem Vater
đêm thứ mười cô ấy cũng ở nhà cha cô ấy
sie träumte, sie sei im Schlossgarten
cô ấy mơ thấy mình đang ở trong khu vườn cung điện
und sie träumte, sie sähe das Tier ausgestreckt im Gras liegen
và cô ấy mơ thấy con thú nằm dài trên cỏ
er schien ihr mit sterbender Stimme Vorwürfe zu machen
anh ta dường như trách móc cô bằng giọng nói hấp hối

und er warf ihr Undankbarkeit vor
và anh ta cáo buộc cô ấy là vô ơn
Schönheit erwachte aus ihrem Schlaf
người đẹp thức dậy sau giấc ngủ
und sie brach in Tränen aus
và cô ấy bật khóc
„**Bin ich nicht sehr böse?"**
"Tôi không phải là người rất độc ác sao?"
„**War es nicht grausam von mir, so unfreundlich gegenüber dem Tier zu sein?"**
"Chẳng phải tôi rất tàn nhẫn khi đối xử tàn nhẫn với con thú đó sao?"
„**Das Biest hat alles getan, um mir zu gefallen"**
"con thú đã làm mọi thứ để làm hài lòng tôi"
"Ist es seine Schuld, dass er so hässlich ist?"
"Có phải lỗi của anh ta là anh ta xấu xí như vậy không?"
„**Ist es seine Schuld, dass er so wenig Verstand hat?"**
"Có phải lỗi của anh ta là anh ta quá kém thông minh không?"
„**Er ist freundlich und gut, und das genügt"**
"Anh ấy tốt bụng và tử tế, thế là đủ"
„**Warum habe ich mich geweigert, ihn zu heiraten?"**
"Tại sao tôi lại từ chối kết hôn với anh ấy?"
„**Ich sollte mit dem Monster glücklich sein"**
"Tôi nên vui mừng với con quái vật"
„**Schau dir die Männer meiner Schwestern an"**
"hãy nhìn chồng của các chị em tôi"
„**Weder Witz noch Schönheit machen sie gut"**
"cả sự hóm hỉnh hay vẻ ngoài đẹp trai đều không làm cho họ trở nên tốt"
„**Keiner ihrer Ehemänner macht sie glücklich"**
"không ai trong số những người chồng của họ làm cho họ hạnh phúc"
„**sondern Tugend, Sanftmut und Geduld"**
"nhưng đức hạnh, tính tình ngọt ngào và sự kiên nhẫn"
„**Diese Dinge machen eine Frau glücklich"**
"những điều này làm cho phụ nữ hạnh phúc"

„und das Tier hat all diese wertvollen Eigenschaften"
"và con thú có tất cả những phẩm chất đáng quý này"
„es ist wahr, ich empfinde keine Zärtlichkeit und Zuneigung für ihn"
"Đúng vậy; tôi không cảm thấy tình cảm dịu dàng dành cho anh ấy"
„aber ich empfinde für ihn die allergrößte Dankbarkeit"
"nhưng tôi thấy tôi vô cùng biết ơn anh ấy"
„und ich habe die höchste Wertschätzung für ihn"
"và tôi vô cùng kính trọng anh ấy"
"und er ist mein bester Freund"
"và anh ấy là bạn thân nhất của tôi"
„Ich werde ihn nicht unglücklich machen"
"Tôi sẽ không làm anh ấy đau khổ"
„Wenn ich so undankbar wäre, würde ich mir das nie verzeihen"
"Nếu tôi vô ơn đến thế thì tôi sẽ không bao giờ tha thứ cho chính mình"
Schönheit legte ihren Ring auf den Tisch
người đẹp đặt chiếc nhẫn của mình lên bàn
und sie ging wieder zu Bett
và cô ấy lại đi ngủ
kaum war sie im Bett, da schlief sie ein
cô ấy hiếm khi ở trên giường trước khi cô ấy ngủ thiếp đi
Sie wachte am nächsten Morgen wieder auf
cô ấy lại thức dậy vào sáng hôm sau
und sie war überglücklich, sich im Palast des Tieres wiederzufinden
và cô ấy vô cùng vui mừng khi thấy mình đang ở trong cung điện của quái thú
Sie zog eines ihrer schönsten Kleider an, um ihm zu gefallen
cô ấy mặc một trong những chiếc váy đẹp nhất của mình để làm anh ấy hài lòng
und sie wartete geduldig auf den Abend
và cô ấy kiên nhẫn chờ đợi buổi tối
kam die ersehnte Stunde

cuối cùng giờ phút mong đợi đã đến
die Uhr schlug neun, doch kein Tier erschien
đồng hồ đã điểm chín giờ nhưng vẫn chưa có con thú nào xuất hiện
Schönheit befürchtete dann, sie sei die Ursache seines Todes gewesen
Người đẹp sau đó lo sợ rằng cô chính là nguyên nhân gây ra cái chết của anh ta
Sie rannte weinend durch den ganzen Palast
cô ấy vừa chạy vừa khóc khắp cung điện
nachdem sie ihn überall gesucht hatte, erinnerte sie sich an ihren Traum
sau khi đã tìm kiếm anh khắp nơi, cô nhớ lại giấc mơ của mình
und sie rannte zum Kanal im Garten
và cô ấy chạy đến kênh đào trong vườn
Dort fand sie das arme Tier ausgestreckt
ở đó cô ấy thấy con vật tội nghiệp đang nằm dài
und sie war sicher, dass sie ihn getötet hatte
và cô ấy chắc chắn rằng cô ấy đã giết anh ta
sie warf sich ohne Furcht auf ihn
cô ấy lao vào anh ta mà không hề sợ hãi
sein Herz schlug noch
trái tim anh ấy vẫn còn đập
sie holte etwas Wasser aus dem Kanal
cô ấy lấy một ít nước từ kênh đào
und sie goss das Wasser über seinen Kopf
và cô ấy đổ nước lên đầu anh ấy
Das Tier öffnete seine Augen und sprach mit der Schönheit
con thú mở mắt và nói chuyện với người đẹp
„Du hast dein Versprechen vergessen"
"Anh quên lời hứa rồi"
„Es hat mir das Herz gebrochen, dich verloren zu haben"
"Anh đã rất đau khổ khi mất em"
„Ich beschloss, zu hungern"
"Tôi quyết định nhịn đói"

„aber ich habe das Glück, Sie wiederzusehen"
"nhưng tôi rất vui khi được gặp lại em"
„so habe ich das Vergnügen, zufrieden zu sterben"
"vì vậy tôi có niềm vui được chết một cách mãn nguyện"
„Nein, liebes Tier", sagte die Schönheit, „du darfst nicht sterben"
"Không, con thú thân yêu," người đẹp nói, "ngươi không được chết"
„Lebe, um mein Ehemann zu sein"
"Sống để làm chồng của tôi"
„Von diesem Augenblick an reiche ich dir meine Hand"
"từ lúc này anh trao em bàn tay anh"
„und ich schwöre, niemand anderes als Dein zu sein"
"và tôi thề sẽ không là ai khác ngoài em"
„Ach! Ich dachte, ich hätte nur Freundschaft für dich."
"Than ôi! Tôi nghĩ tôi chỉ có tình bạn với anh thôi"
"aber der Kummer, den ich jetzt fühle, überzeugt mich;"
"nhưng nỗi đau buồn mà tôi đang cảm thấy đã thuyết phục tôi;"
„Ich kann nicht ohne dich leben"
"Anh không thể sống thiếu em"
Schönheit hatte diese Worte kaum gesagt, als sie ein Licht sah
Người đẹp hiếm hoi đã nói những lời này khi cô ấy nhìn thấy một ánh sáng
der Palast funkelte im Licht
cung điện lấp lánh ánh sáng
Feuerwerk erleuchtete den Himmel
pháo hoa thắp sáng bầu trời
und die Luft erfüllt mit Musik
và không khí tràn ngập âm nhạc
alles kündigte ein großes Ereignis an
mọi thứ đều báo hiệu một sự kiện lớn
aber nichts konnte ihre Aufmerksamkeit fesseln
nhưng không có gì có thể giữ được sự chú ý của cô ấy
sie wandte sich ihrem lieben Tier zu

cô ấy quay sang con thú cưng của mình
das Tier, vor dem sie vor Angst zitterte
con thú mà cô ấy run rẩy vì sợ hãi
aber ihre Überraschung über das, was sie sah, war groß!
nhưng cô ấy vô cùng ngạc nhiên trước những gì mình nhìn thấy!
das Tier war verschwunden
con thú đã biến mất
stattdessen sah sie den schönsten Prinzen
thay vào đó cô ấy nhìn thấy hoàng tử đẹp trai nhất
sie hatte den Zauber beendet
cô ấy đã chấm dứt câu thần chú
ein Zauber, unter dem er einem Tier ähnelte
một câu thần chú khiến anh ta trông giống một con thú
dieser Prinz war all ihre Aufmerksamkeit wert
hoàng tử này xứng đáng nhận được sự chú ý của cô ấy
aber sie konnte nicht anders und musste fragen, wo das Biest war
nhưng cô không thể không hỏi con thú ở đâu
„Du siehst ihn zu deinen Füßen", sagte der Prinz
"Bạn thấy anh ấy ở dưới chân bạn," hoàng tử nói
„Eine böse Fee hatte mich verdammt"
"Một bà tiên độc ác đã kết án tôi"
„Ich sollte diese Gestalt behalten, bis eine wunderschöne Prinzessin einwilligte, mich zu heiraten."
"Tôi phải giữ nguyên hình dạng đó cho đến khi một nàng công chúa xinh đẹp đồng ý cưới tôi"
„Die Fee hat mein Verständnis verborgen"
"nàng tiên đã che giấu sự hiểu biết của tôi"
„Du warst der Einzige, der großzügig genug war, um von meiner guten Laune bezaubert zu sein."
"Anh là người duy nhất đủ hào phóng để bị quyến rũ bởi tính tình tốt của tôi"
Schönheit war angenehm überrascht
người đẹp đã rất ngạc nhiên và vui mừng
und sie gab dem bezaubernden Prinzen ihre Hand

và cô ấy đã trao tay cho hoàng tử quyến rũ
Sie gingen zusammen ins Schloss
họ cùng nhau đi vào lâu đài
und die Schöne war überglücklich, ihren Vater im Schloss zu finden
và người đẹp vô cùng vui mừng khi tìm thấy cha mình trong lâu đài
und ihre ganze Familie war auch da
và cả gia đình cô ấy cũng ở đó
sogar die schöne Dame, die in ihrem Traum erschienen war, war da
thậm chí cả người phụ nữ xinh đẹp xuất hiện trong giấc mơ của cô ấy cũng ở đó
"Schönheit", sagte die Dame aus dem Traum
"Người đẹp," người phụ nữ trong mơ nói
„Komm und empfange deine Belohnung"
"hãy đến và nhận phần thưởng của bạn"
„Sie haben die Tugend dem Witz oder dem Aussehen vorgezogen"
"bạn đã coi trọng đức hạnh hơn trí tuệ hoặc ngoại hình"
„und Sie verdienen jemanden, in dem diese Eigenschaften vereint sind"
"và bạn xứng đáng có một người có những phẩm chất này hội tụ"
„Du wirst eine großartige Königin sein"
"bạn sẽ trở thành một nữ hoàng vĩ đại"
„Ich hoffe, der Thron wird deine Tugend nicht schmälern"
"Tôi hy vọng ngai vàng sẽ không làm giảm đức hạnh của bạn"
Dann wandte sich die Fee an die beiden Schwestern
rồi bà tiên quay sang hai chị em
„Ich habe in eure Herzen geblickt"
"Ta đã nhìn thấy bên trong trái tim các ngươi"
„und ich kenne die ganze Bosheit, die in euren Herzen steckt"
"và tôi biết tất cả sự độc ác trong trái tim các người"
„Ihr beide werdet zu Statuen"

"Hai người sẽ trở thành tượng đá"
„Aber ihr werdet euren Verstand bewahren"
"nhưng bạn sẽ giữ được tâm trí của mình"
„Du sollst vor den Toren des Palastes deiner Schwester stehen"
"Ngươi sẽ đứng ở cổng cung điện của chị gái ngươi"
„Das Glück deiner Schwester soll deine Strafe sein"
"Hạnh phúc của em gái ngươi sẽ là hình phạt cho ngươi"
„Sie werden nicht in Ihren früheren Zustand zurückkehren können"
"bạn sẽ không thể trở lại trạng thái trước đây của mình"
„es sei denn, Sie beide geben Ihre Fehler zu"
"trừ khi cả hai đều thừa nhận lỗi lầm của mình"
„Aber ich sehe voraus, dass ihr immer Statuen bleiben werdet"
"nhưng tôi thấy trước rằng các người sẽ mãi mãi chỉ là tượng"
„Stolz, Zorn, Völlerei und Faulheit werden manchmal besiegt"
"kiêu hãnh, tức giận, tham ăn và lười biếng đôi khi bị chế ngự"
„aber die Bekehrung neidischer und böswilliger Gemüter sind Wunder"
" nhưng sự chuyển hóa của những tâm trí đố kỵ và độc ác là phép lạ"
sofort strich die Fee mit ihrem Zauberstab
ngay lập tức bà tiên vung đũa phép của mình
und im nächsten Augenblick waren alle im Saal entrückt
và trong chốc lát tất cả những người trong hội trường đều được đưa đi
Sie waren in die Herrschaftsgebiete des Fürsten eingedrungen
họ đã đi vào lãnh thổ của hoàng tử
die Untertanen des Prinzen empfingen ihn mit Freude
thần dân của hoàng tử đã đón tiếp ông với niềm vui
der Priester heiratete die Schöne und das Biest
vị linh mục đã kết hôn với người đẹp và quái vật
und er lebte viele Jahre mit ihr

và anh ấy đã sống với cô ấy nhiều năm
und ihr Glück war vollkommen
và hạnh phúc của họ đã trọn vẹn
weil ihr Glück auf Tugend beruhte
bởi vì hạnh phúc của họ được xây dựng trên đức hạnh

Das Ende
Kết thúc

www.ingramcontent.com/pod-product-compliance
Lightning Source LLC
Chambersburg PA
CBHW011551070526
44585CB00023B/2552